Ang Pinakamaliit na Coyote

ni NM Reed at Whitney Lee Preston

Inilathala sa Estados Unidos ng Amerika

ISBN 979-8-9896006-1-8

Steven's Press Publications LLC

2301 E Mesquite Ave Unit 3,
Las Vegas NV 89101
www.stevenspressllc.com

Impormasyon sa Pag-order at Pahintulot sa Mga Karapatan:

Dami ng benta. Maaaring may mga espesyal na diskwento sa dami ng pagbili ng mga korporasyon, asosasyon, at iba pa. Para sa mga detalye, makipag-ugnayan sa address ng tagapaglathala sa itaas.

Inaalay ko sa aking ina,
na nagturo sa kindergarten sa loob ng 35 taon,
na ipinagmamalaki ang pagbabasa ng isang nobela sa
isang araw tuwing tag-araw,
at ang nakaimbento ng larong "bagong salita ng linggo."

Ang Pinakamaliit na Coyote ay nanirahan sa isang burol. Ang lugar na ito ay halos maaraw, maganda, at tahimik.

May mga kaibigan siyang bumibisita at naglalaro. Sila ay umaalulong sa buwan sa gabi, at nagsasaya naman sa araw. Gustung-gusto niyang umalulong, kaya't tinawag nila siyang Pinakamaliit na Coyote.

Minsan iniisip niya, "Asul pa ba ang langit doon? Berde pa ba ang damo?" Madalas siyang nagtatanong sa sarili, hanggang sa isang araw ay nagpasya siyang umakyat sa burol.

Naglakad siya saglit, lumanghap ng hangin nang may ngiti, at dumating sa isang hindi kilalang tanawin. Isang magandang puno ang nakaupo sa paanan ng isang pinong berdeng burol.

4

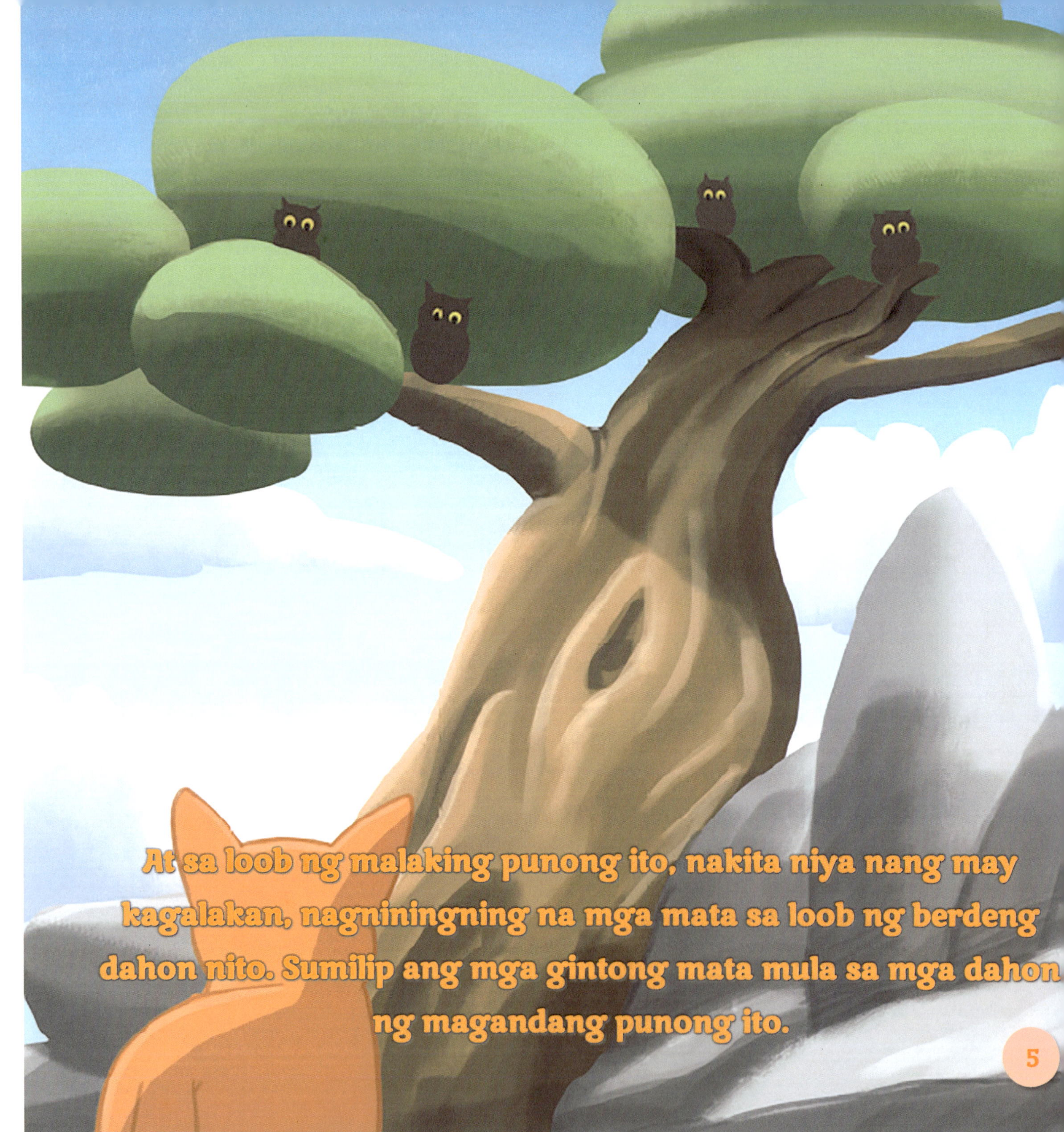
At sa loob ng malaking punong ito, nakita niya nang may kagalakan, nagniningning na mga mata sa loob ng berdeng dahon nito. Sumilip ang mga gintong mata mula sa mga dahon ng magandang punong ito.

5

At nagsalita ang isa sa kanila, "Sino, sino, sino ka?" at si Coyote ay nanatiling nakaupo. Pagkatapos ay sinabi niya sa puno, "Kamusta? Ako ay ako! Ang Pinakamaliit na Coyote mula sa ibabaw ng buroll."

"Sa tingin ko ay hindi," sabi ng puno na may buhol, "Dahil malalaman ko kung ikaw nga. Ang sabi sa kuwento, ang isang coyote ay magpapakita ng kanyang tunay na sarili kapag siya ay tumawa sa buwan!."

Noon lang nila napansin ang pagsikat ng buwan sa burol. Umawit ng buong galak mula sa puso ang pinakamaliit na Coyote.

Sinabi ng mga kuwago na nasa puno kay Coyote, "Sa makapal mong buhok na kulay kahel, tiyak na isa kang leon!."

Kaya, ang Pinakamaliit na Coyote ay napaungol sa kalangitan sa gabi. Lumingon siya at nagpaalam sa kanila, at malungkot na sinabi sa sarili, "Mali sila. Nagsisinungaling sila!"

Itinago ng mga ulap ang buwan, at ang gabi ay naging napakadilim, at sa paligid niya ay nagsilabas ang maliwanag na mga mata. At doon siya nanatili, mag-isa at natatakot, sa nalalabing bahagi ng gabi.

11

Naglakbay siyang mag-isa hanggang sa makarating siya sa isang bato na nasa tapat ng isang malaking bumubulusok na sapa. At may nakaupong hayop na maitim at mukhang magnanakaw. Tumayo ang magnanakaw, at sinabi sa hangin, "At sino ka kaya, ginoo?"

"Ang Pinakamaliit na Coyote!" sagot niya. "Hindi, sa nagniningning na matingkad na mga mata at sa iyong mahabang hugis na pahaba, naniniwala akong weasel ka!"

Siya ay sumigaw sa magnanakaw, ipinaliwanag ang kanyang inis, "Hindi, makikita mo!" Kaya, lumukso siya sa sapa at tumakbo sa taas, upang ipagpatuloy ang kanyang paglalakbay. Mapapansin mo na siya mismo ay hindi alam kung ano talaga siya. Hahanapin niya ang kanyang sarili kapalaran.

Alam niya ang kanyang sarili bilang ang Pinakamaliit na Coyote. Sinabi sa kanya iyon ng kanyang mga kaibigan. Kaya, sa halip ay nagpatuloy siyang tumahak sa landas na ito. At mula doon, natagpuan nya ang susunod na liko.

15

Sa magandang araw na ito, may malawak na sanga na nakaharang sa kanyang daanan. Nang makalapit siya ay gumalaw ito. Bumaling sa kanya ang sanga, at nagsabing, "Umalis ka na. Ang payo ko sayo ay lumayasssSSS!"

Nalungkot si Coyote at ang kanyang malaking puso ay lumiliit. Alam niyang ito na ang patunay na ang Pinakamaliit na Coyote ay nakatakda ng umuwi, at uang hindi na mapahiyang muli.

Kaya't nagsimula ulit ang kanyang mga paang tahakin ang daanan, at dalhin siya muli pabalik sa agusan, sa taas ng burol, lagpas lang ng sapa, kung saan naroon ang magnanakaw at ang kanyang matibay na galaw.

Pagkatapos ay sa ibabaw ng burol, lampas sa mga bato at puno habang ang araw ay nagsimulang lumubog. Nagdilim ang langit, at tumahol ang mga aso sa kanya, ngunit siya ay lumalakad pauwi at kanyang malaking puso ay hindi nagreklamo.

Tinawag siya ni Tandang Zora, "Aba bata, nagulat ako! Baka nag-aalala na ang iyong ina." Kaya, tumakbo siya palayo, malapit na dumilim, kaya nagmadali siya.

20

Sa di kalayuan, ang kanyang puso ay napa "Yeehaw!".
Napakaningning ng ilaw ng kanilang tahanan. Nagliwanag ang
kanyang puso, ngunit di-kasing liwanag ng mukha ng batang
nagniningning.

Ang Pinakamaliit na Coyote, at ang batang pinakamamahal niya, ay tumakbo at nagtagpo sa kalsada. Tumalon siya sa kanyang mga bisig, at niyakap siya nito nang napakainit, nangako siya na hindi na siya muling aalis mag-isa.

Binuhat siya pabalik sa kanilang tahanan, namumuo ang mga luha sa kanyang mukha. Inilapag niya siya sa tabi ng apuyan, kung saan nakalagay pa rin ang kanyang mga kumot at unan. Umiiyak ang kanyang ina at sinabing, "Kapag nagpakita na ang buwan, sisiguraduhin nating mananatili siya sa tahanan."

Ang Pinakamaliit na Coyote ay nanirahan sa isang burol. At salamat sa kanyang mga kaibigang hayop, doon pa rin siya nakatira.

Iniaalay kay

Champion "Chompers" Corgi

Sumalangit nawa,

Ang aking malambing at mabait na aso.

Sina NM Reed at Whitney Lee Preston ang mga may akda ng maraming libro, ang mga tagalathala ng website, TatteredUnicornPublishing.com, at mag-asawa. Nakatira sila sa kabundukan sa isang maliit na rantso na may maraming hayop at libro.

Mga Bagong Order Mula sa Central Command:

Captains Rogue 1: The Belerophon and the Crystal Sphere

Captains Rogue 2: The Rescue of the Galactic Empress

Captains Rogue 3: The Green Man Horror

Starship Revenant

The Oak Grove of Maeve: Cupped Hands, Magic Tears

The Adventures of Elf and Troll

The Saga of Elf and Troll: The Tattered Unicorn

The Worrisome Wizards War

Wizards' Duel Goes Underground

The Littlest Coyote

The Glass Planet 1: Star People

The Glass Planet 2: Demon's Child

The Glass Planet 3: Apocalypse

Romancing the Scroll Historical Fiction

Home Is Where the Horse Is: Surviving the Jackson Butte Fire 2015

After the Fire: Butte Fire Re-population - Pulitzer Nominated

Wind In My Mane 1 and 2: Cross Country Horseback Riding Stories